AF284821

Impressum
Verlag: BABADADA GmbH, Nedderfeld 112 , 22529 Hamburg
Geschäftsführer / Verlagsleitung: Harald Hof
Druck: Books on Demand GmbH, In de Tarpen 42, 22848 Norderstedt

Imprint
Publisher: BABADADA GmbH, Nedderfeld 112 , 22529 Hamburg, Germany
Managing Director / Publishing direction: Harald Hof
Print: Books on Demand GmbH, In de Tarpen 42, 22848 Norderstedt

shule

school

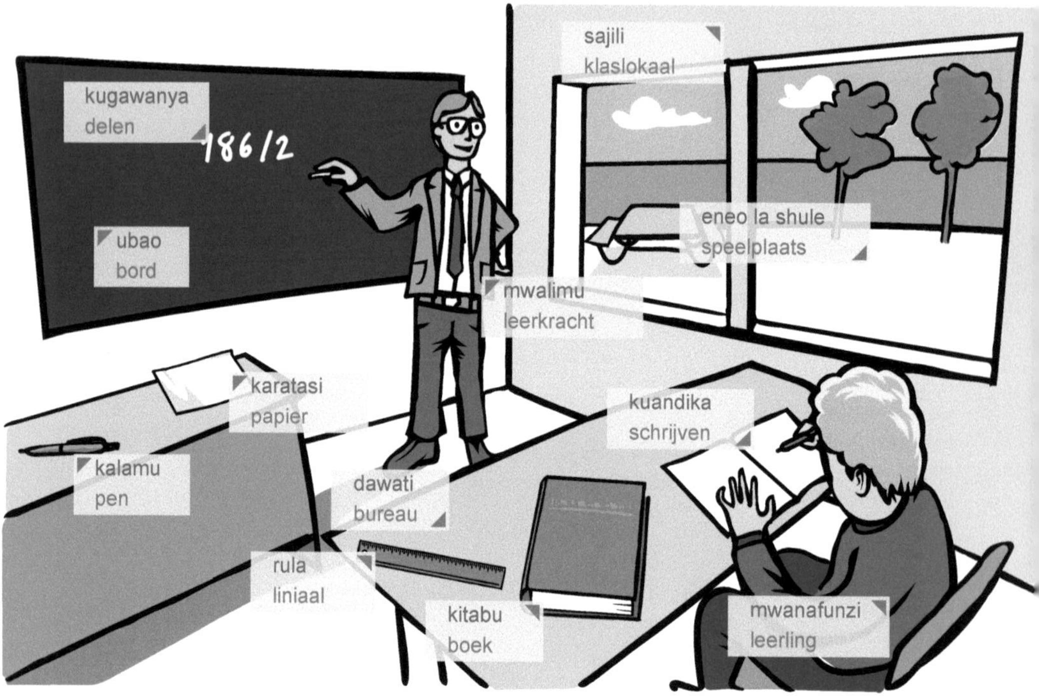

sajili
klaslokaal
kugawanya
delen
186/2
ubao
bord
eneo la shule
speelplaats
mwalimu
leerkracht
karatasi
papier
kuandika
schrijven
kalamu
pen
dawati
bureau
rula
liniaal
kitabu
boek
mwanafunzi
leerling

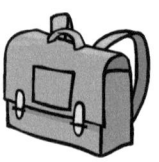

mkoba

schooltas

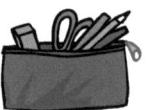

kikasha cha penseli

pennenzak

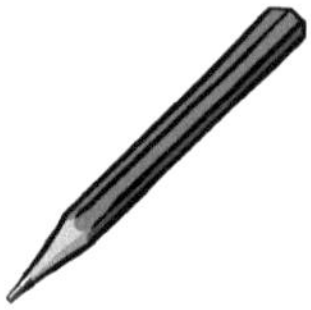

penseli

potlood

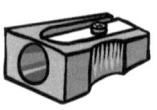

kichonga penseli

puntenslijper

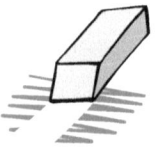

mpira

gom

pedi ya kuchora

tekenblok

uchoraji

tekening

brashi ya rangi

verfborstel

sanduku la rangi

verfdoos

mkasi

schaar

gundi

lijm

daftari

werkboek

kazi ya nyumbani

huiswerk

nambari

nummer

jumlisha

optellen

ondoa

aftrekken

zidisha

vermenigvuldigen

kokotoa

rekenen

barua

letter

alfabeti

alfabet

neno

woord

maandishi

tekst

kusoma

Lezen

chaki

krijt

somo

les

sajili

klassenboek

uchunguzi

examen

cheti

certificaat

sare za shule

schooluniform

elimu

onderwijs

elezo

encyclopedie

chuo kikuu

universiteit

darubini

microscoop

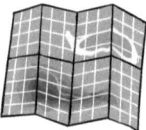

ramani

kaart

kikapu cha kuweka karatasi chafu

papiermand

usafiri
reis

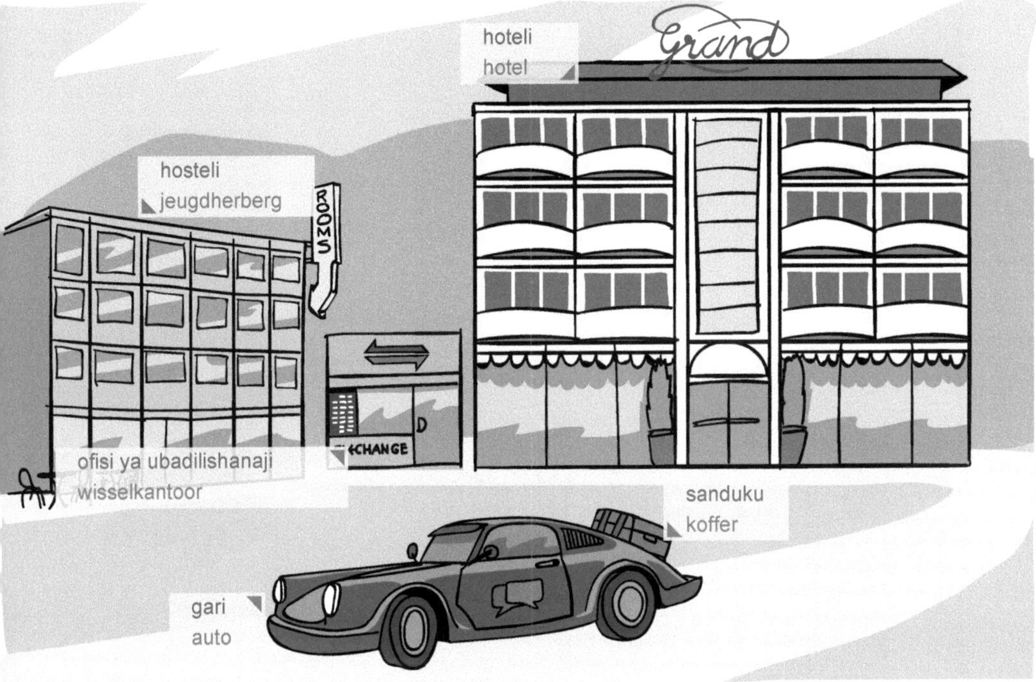
hoteli
hotel
Grand
hosteli
jeugdherberg
ROOMS
CHANGE
ofisi ya ubadilishanaji
wisselkantoor
sanduku
koffer
gari
auto

lugha
Taal

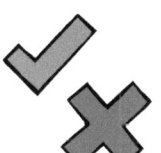

ndiyo / la
ja / nee

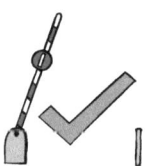

sawa
oké

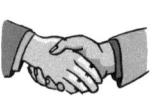

hujambo
hallo

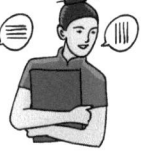

mtafsiri
vertaler

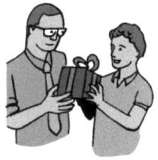

Asante
bedankt

kiasi gani ni ...?
Hoeveel kost ...?

Sielewi
Ik begrijp het niet

tatizo
probleem

Jioni njema!
Goedenavond!

Habari za asubuhi!
Goedemorgen!

Usiku mwema!
Goedenavond!

kwa heri
Tot ziens

mwelekeo
richting

mizigo
bagage

mfuko
zak

shanta
rugzak

mgeni
gast

chumba
kamer

begi la kulalia
slaapzak

hema
tent

taarifa ya utalii
toeristeninformatie

ufuo
strand

kadi
kredietkaart

kifunguakinywa
ontbijt

chakula cha mchana
lunch

chakula cha jioni
avondeten

tiketi
ticket

kuinua
lift

muhuri
postzegel

mpaka
grens

mila
douane

ubalozi
ambassade

visa
visum

pasipoti
paspoort

usafiri - reis

usafiri

transport

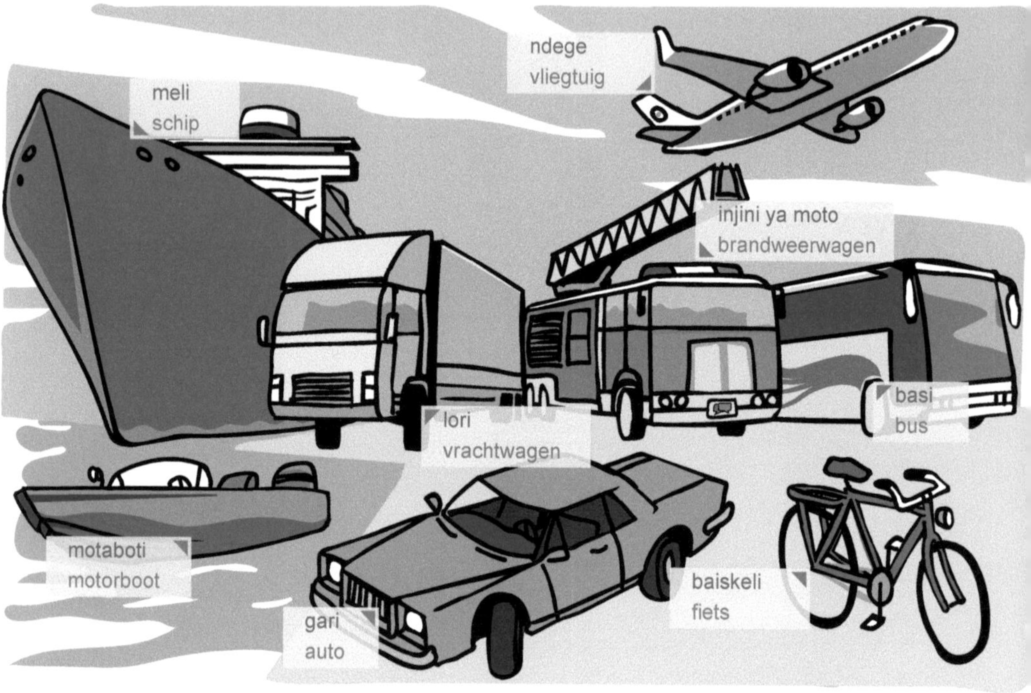

meli
schip
ndege
vliegtuig
injini ya moto
brandweerwagen
basi
bus
lori
vrachtwagen
motaboti
motorboot
baiskeli
fiets
gari
auto

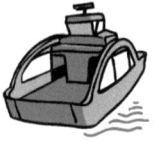

feri

veerboot

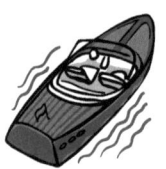

mashua

boot

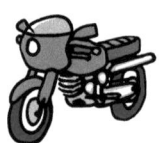

pikipiki

motor

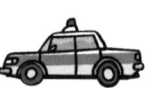

gari la polisi

politiewagen

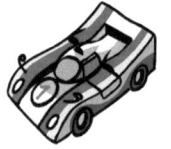

gari la mashindano

racewagen

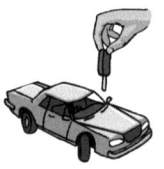

gari la kukodisha

huurauto

kushiriki gari

carpoolen

lori la kuvuta

sleepwagen

ukusanyaji taka

vuilniswagen

motor

motor

mafuta

benzine

kituo cha mafuta

benzinestation

ishara trafiki

verkeersbord

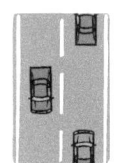

trafiki

verkeer

msongamano

file

maegesho

parkeerplaats

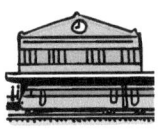

kituo cha treni

station

reli

sporen

garimoshi

trein

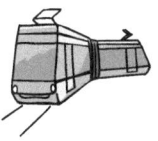

tremu

tram

gari la mizigo

wagon

helikopta

helikopter

uwanja wa ndege

luchthaven

mnara

toren

abiria

passagier

chombo

container

katoni

karton

mkokoteni

kar

kikapu

mand

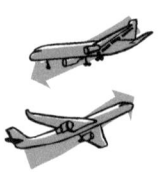

ondoka

opstijgen / landen

jiji

stad

kijiji

dorp

katikati ya jiji

stadscentrum

nyumba

huis

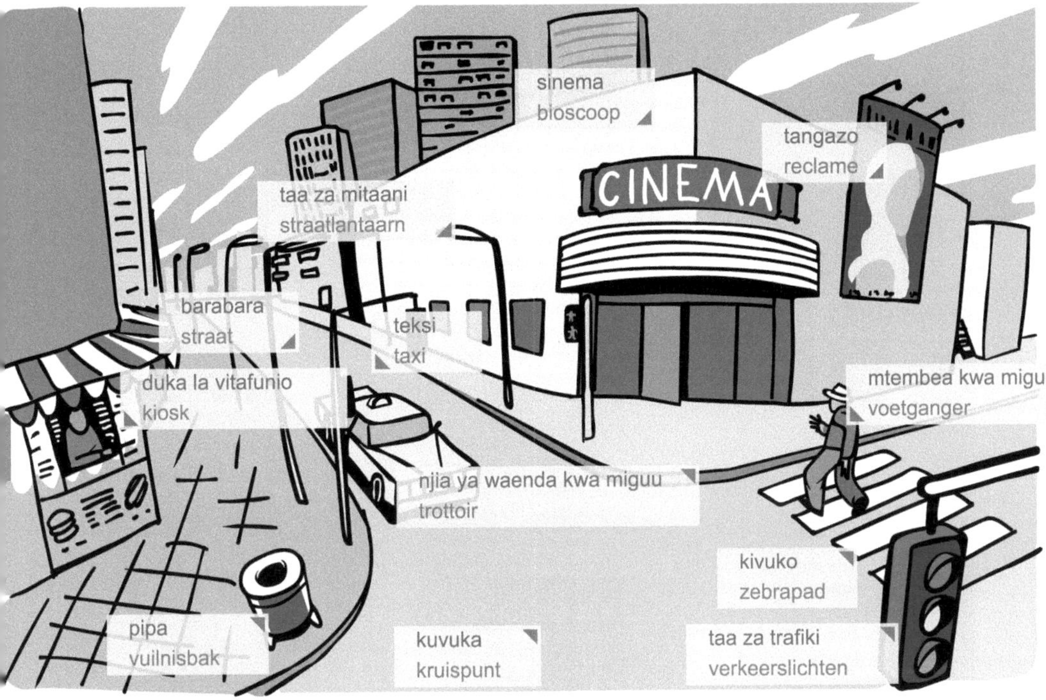

sinema
bioscoop

tangazo
reclame

taa za mitaani
straatlantaarn

CINEMA

barabara
straat

teksi
taxi

duka la vitafunio
kiosk

mtembea kwa miguu
voetganger

njia ya waenda kwa miguu
trottoir

kivuko
zebrapad

pipa
vuilnisbak

kuvuka
kruispunt

taa za trafiki
verkeerslichten

kibanda
....
hut

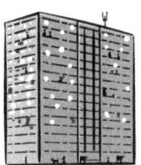

gorofa
....
woning

kituo cha treni
....
station

ukumbi wa mji
....
stadshuis

Makavazi
....
museum

shule
....
school

chuo kikuu

universiteit

benki

bank

hospitali

ziekenhuis

hoteli

hotel

duka la dawa

apotheek

ofisi

kantoor

duka la kitabu

boekwinkel

duka

winkel

duka la maua

bloemenwinkel

dukakuu

supermarkt

soko

markt

idara ya kuhifadhi

warenhuis

mwuza samaki

vishandelaar

kituo cha ununuzi

winkelcentrum

bandari

haven

Hifadhi

park

benki

bank

daraja

brug

vidato

trap

chini ya ardhi

metro

handaki

tunnel

kituo cha mabasi

bushalte

bar

bar

mgahawa

restaurant

sanduku la posta

brievenbus

ishara ya barabara

straatnaambord

mita ya maegesho

parkeermeter

bustani ya wanyama

zoo

kidimbwi cha kuogelea

zwembad

msikiti

moskee

shamba
boerderij

uchafuzi
milieuverontreiniging

makaburini
kerkhof

kanisa
kerk

uwanja wa michezo
speelplaats

hekalu
tempel

mazingira
landschap

jani
blad

ishara ya mwelekeo
wegwijzer

njia
weg

malisho
weide

jiwe
steen

mtembeaji wa masafa
wandelaar

mti
boom

mto
rivier

nyasi
gras

ua
bloem

bonde

vallei

kilima

heuvel

ziwa

meer

msitu

bos

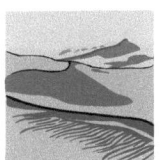

jangwa

woestijn

volkano

vulkaan

ngome

kasteel

upinde wa mvua

regenboog

uyoga

paddenstoel

mtende

palmboom

mbu

mug

kuruka

vlieg

chungu

mier

nyuki

bijl

buibui

spin

mende

kever

chura

kikker

kuchakuro

eekhoorn

nungunungu

egel

sungura

haas

bundi

uil

ndege

vogel

swan

zwaan

nguruwe mwitu

wild zwijn

kulungu

hert

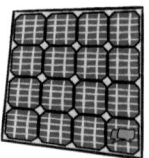

aina ya kongoni

eland

bwawa

dam

tabo ya upepo

windturbine

nishaji ya jua

zonnepaneel

hali ya hewa

klimaat

mgahawa
restaurant

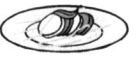

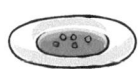

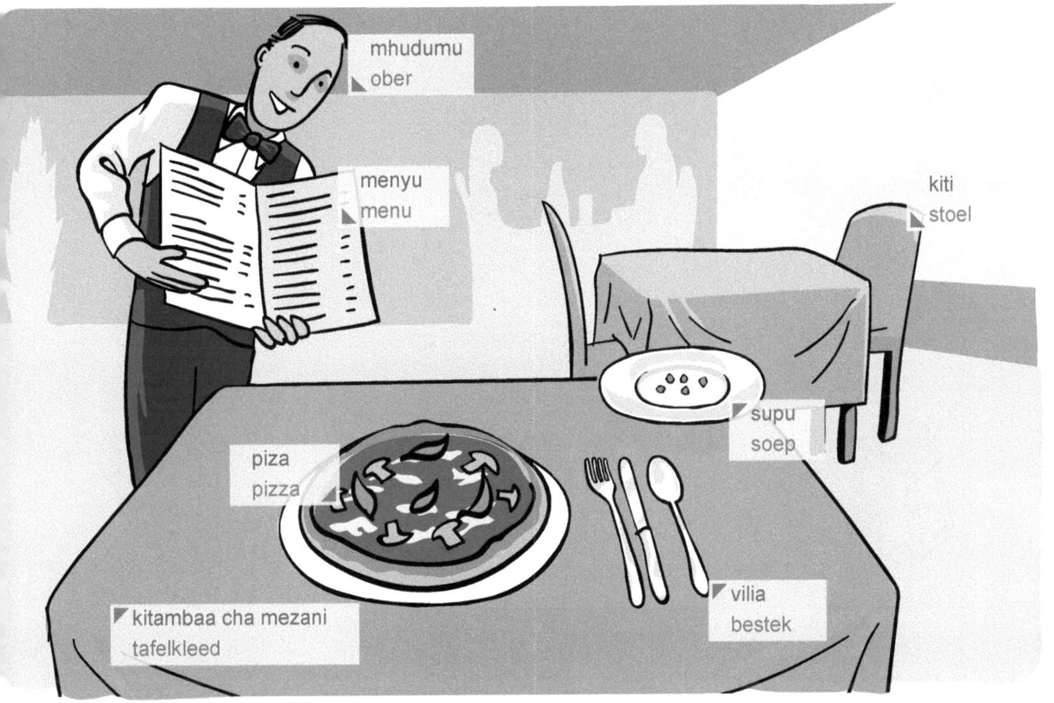
mhudumu
ober
menyu
menu
kiti
stoel
supu
soep
piza
pizza
vilia
bestek
kitambaa cha mezani
tafelkleed

kiamsha hamu
voorgerecht

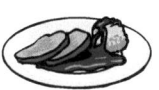

kozi kuu
hoofdgerecht

kitindamlo
nagerecht

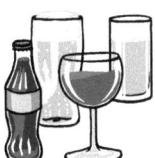

vinywaji
drankjes

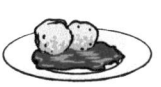

chakula
eten

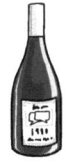

chupa
fles

chakula cha haraka

fastfood

Streetfood

street food

buli

theepot

kisanduku cha sukari

suikerpot

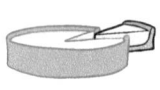

sehemu

portie

mashine ya espresso

espressomachine

kiti kirefu

kinderstoel

muswada

rekening

trei

dienblad

kisu

mes

uma

vork

kijiko

lepel

kijiko cha chai

theelepel

nepi

serviette

glasi

glas

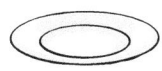

sahani

bord

sahani ya supu

soepbord

sufuria

schoteltje

mchuzi

saus

kichanyaji chumvi

zoutvatje

kinu cha pilipili

pepermolen

siki

azijn

mafuta

olie

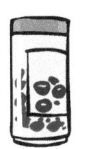

viungo

kruiden

kechapu

ketchup

haradali

mosterd

kachumbari nzito

mayonaise

dukakuu

supermarkt

ofa maalum
aanbieding
FOR
mteja
klant
maziwa
zuivelproducten
matunda
fruit
toroli
winkelwagen

BUTCHERS

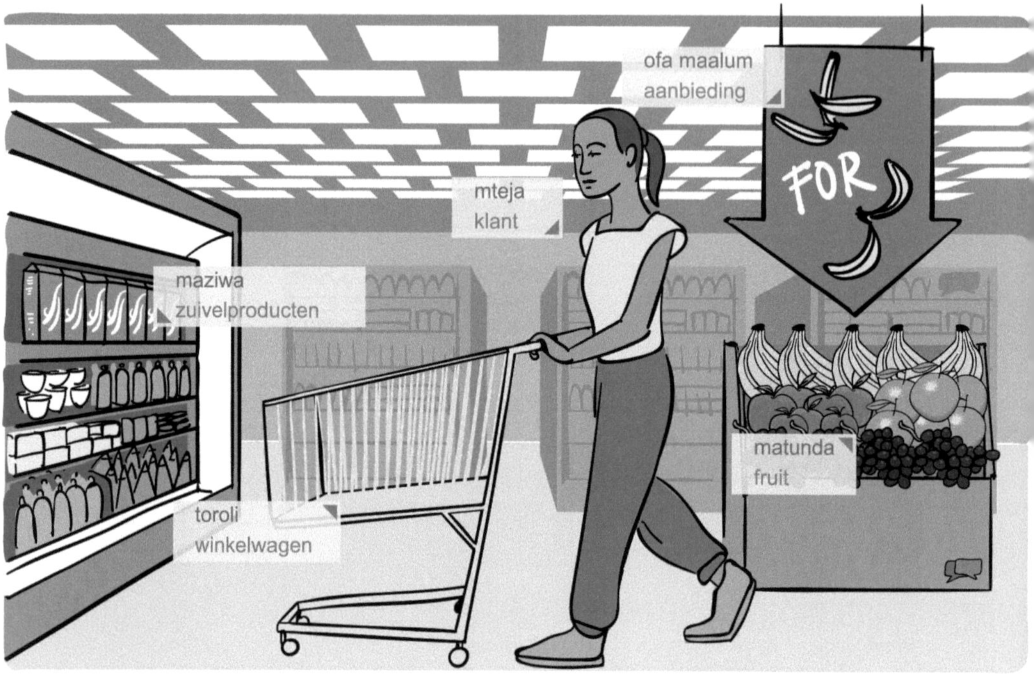

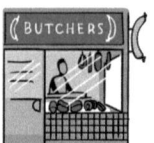

mchinjaji

slagerij

BAKERY

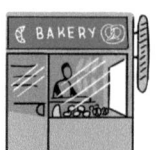

mwokaji

bakkerij

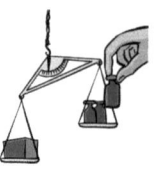

uzito

wegen

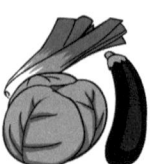

mboga

groenten

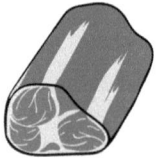

nyama

vlees

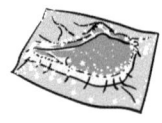

chakula waliohifadhiwa

diepvriesvoedsel

vipande vya nyama baridi

charcuterie

chakula cha kopo

conserven

sabuni ya unga

waspoeder

pipi

snoep

bidhaa za kaya

huishoudproducten

bidhaa za kusafisha

schoonmaakproducten

mtu mauzo

verkoopster

mpaka

kassa

keshia

kassier

orodha ya manunuzi

boodschappenlijstje

masaa ya ufunguzi

openingstijden

mkoba

portefeuille

kadi

kredietkaart

mfuko

tas

mfuko wa plastiki

plastieken zakje

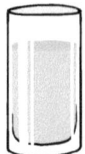

maji

water

sharubati

sap

maziwa

melk

coke

cola

mvinyo

wijn

bia

bier

pombe

alcohol

kakao

cacao

chai

thee

kahawa

koffie

spreso

espresso

kapuchino

cappuccino

ndizi

banaan

tufaha

appel

machungwa

sinaasappel

tikiti

meloen

lemon

citroen

karoti

wortel

kitunguu saumu

knoflook

mianzi

bamboe

kitunguu

ajuin

uyoga

champignon

karanga

noten

nudo

noodles

spageti

spaghetti

mpunga

rijst

saladi

salade

vibanzi

frieten

viazi vya kukaanga

gebakken aardappelen

piza

pizza

hambaga

hamburger

sandwichi

sandwich

kipande

kalfslapje

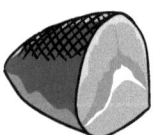

paja la mnyama

ham

salami

salami

soseji

worst

kuku

kip

choma

braden

samaki

vis

oats ya uji

havervlokken

muesli

muesli

cornflakes

cornflakes

unga

bloem

kroisanti

croissant

andazi

pistolet

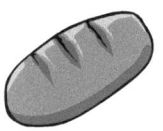

mkate

brood

mkate wa kubanika

toast

biskuti

koekjes

siagi

boter

maziwa mgando

kwark

keki

taart

yai

ei

yai kukaanga

spiegelei

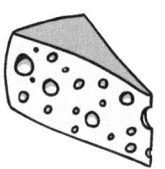

jibini

kaas

aiskrimu

ijs

sukari

suiker

asali

honing

jemu

confituur

kuenea kwa chokoleti

choco

mchuzi wa viungo

curry

chakula - eten

shamba
boerderij

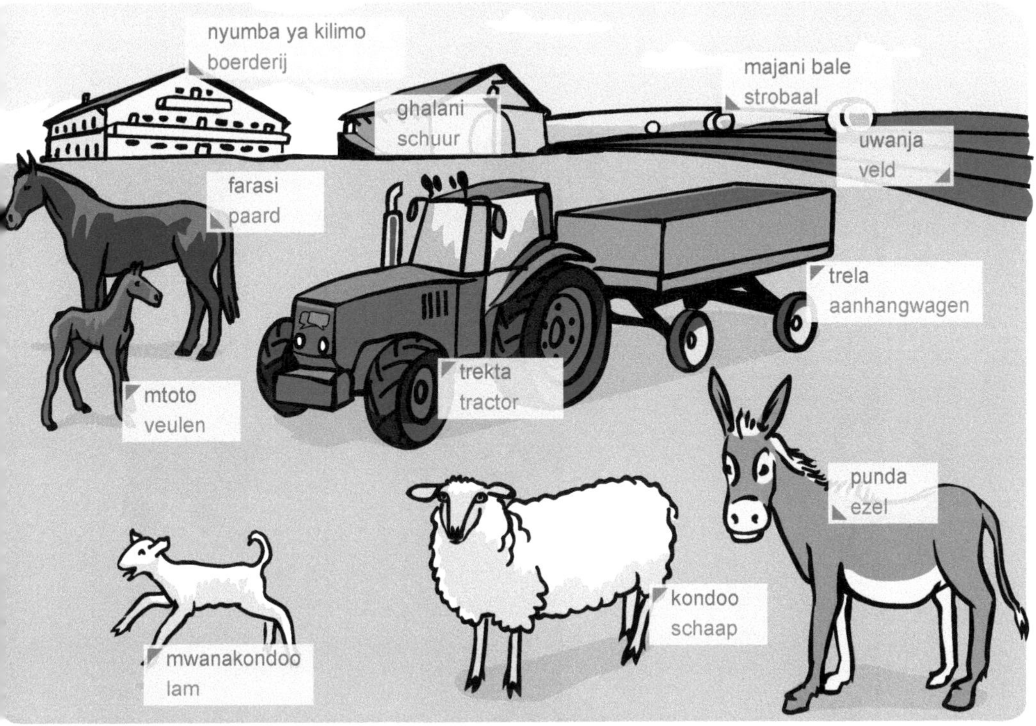
nyumba ya kilimo
boerderij
ghalani
schuur
majani bale
strobaal
uwanja
veld
farasi
paard
trela
aanhangwagen
mtoto
veulen
trekta
tractor
punda
ezel
kondoo
schaap
mwanakondoo
lam

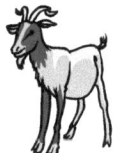

mbuzi

geit

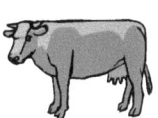

ng'ombe

koe

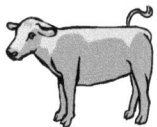

ndama

kalf

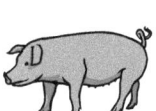

nguruwe

varken

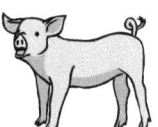

mwananguruwe

biggetje

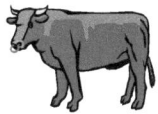

fahali

stier

batabukini

gans

bata

eend

kifaranga

kuiken

kuku

kip

jogoo

haan

panya

rat

paka

kat

panya

muis

ng'ombe

os

mbwa

hond

nyumba ya mbwa

hondenhok

bomba la bustani

tuinslang

debe la kumwagilia maji

gieter

fyekeo

zeis

kulima

ploeg

mundu

sikkel

jembe

schoffel

uma wa nyasi

hooivork

shoka

bijl

toroli

kruiwagen

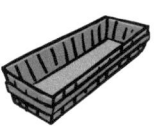

kupitia nyimbo

trog

chombo cha maziwa

melkkan

gunia

zak

ua

hek

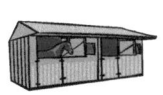

imara

stal

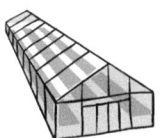

chafu

broeikas

udongo

bodem

mbegu

zaad

mbolea

mest

kivunaji

maaidorser

mavuno

oogsten

mavuno

oogst

viazi vikuu

yam

ngano

tarwe

soya

soja

viazi

aardappel

mahindi

maïs

rapa

koolzaad

mti wa matunda

fruitboom

muhogo

maniok

nafaka

graan

nyumba
huis

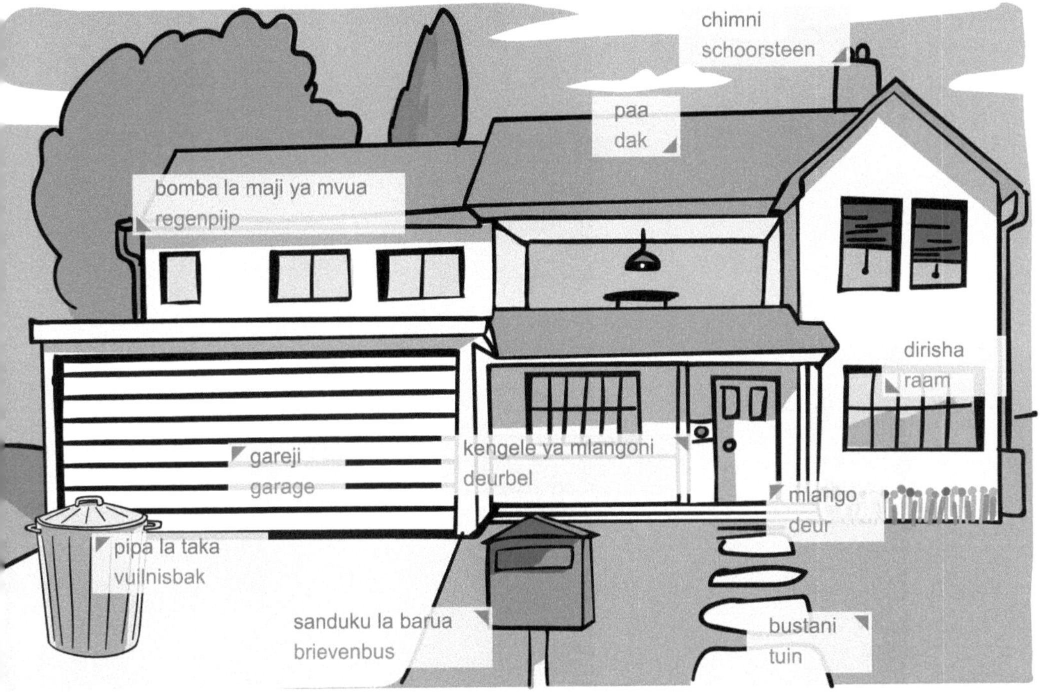
chimni
schoorsteen
paa
dak
bomba la maji ya mvua
regenpijp
dirisha
raam
gareji
garage
kengele ya mlangoni
deurbel
mlango
deur
pipa la taka
vuilnisbak
sanduku la barua
brievenbus
bustani
tuin

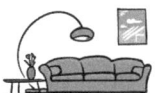

sebuleni

woonkamer

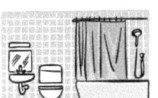

bafu

badkamer

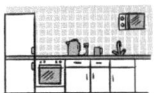

jikoni

keuken

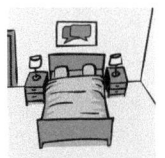

chumba cha kulala

slaapkamer

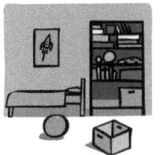

chumba ya mtoto

kinderkamer

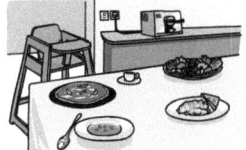

chumba cha kulia

eetkamer

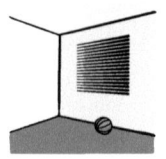

sakafu

vloer

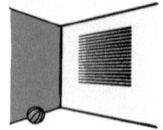

ukuta

muur

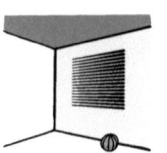

dari

plafond

pishi

kelder

sauna

sauna

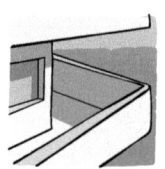

roshani

balkon

mtaro

terras

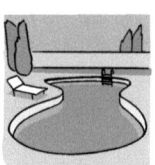

kidimbwi

zwembad

mashine ya kukata nyasi

grasmaaier

karatasi

dekbedovertrek

kitambaa cha kupamba
kitanda

dekbed

kitanda

bed

ufagio

bezem

ndoo

emmer

kubadili

schakelaar

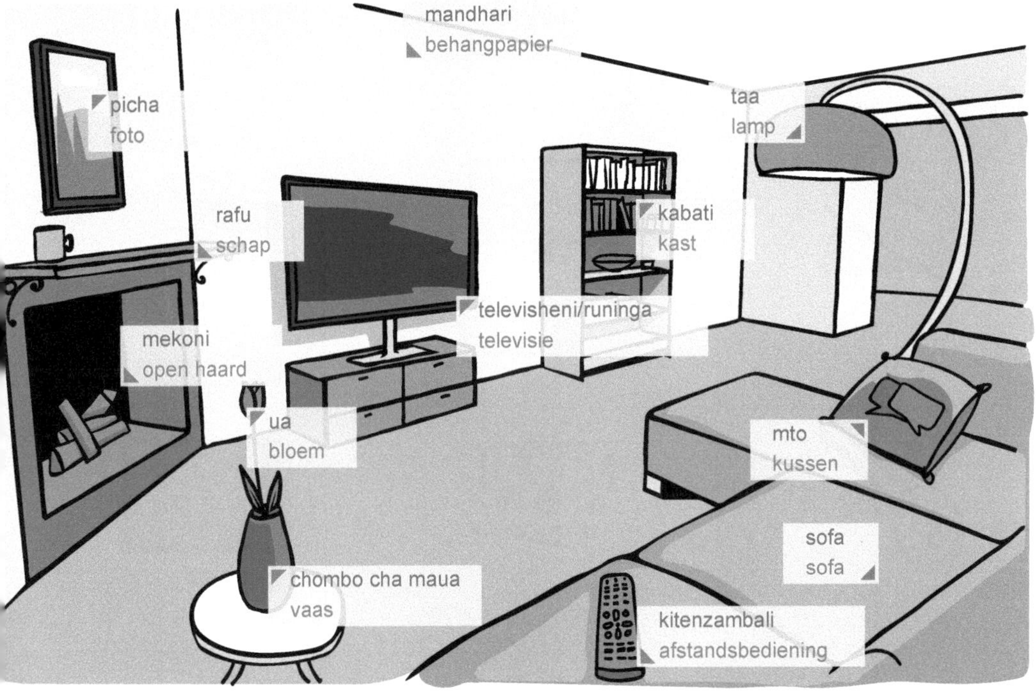

mandhari
behangpapier

picha
foto

taa
lamp

rafu
schap

kabati
kast

mekoni
open haard

televisheni/runinga
televisie

ua
bloem

mto
kussen

sofa
sofa

chombo cha maua
vaas

kitenzambali
afstandsbediening

zulia
mat

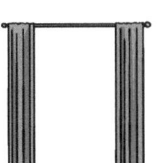

pazia
gordijn

meza
tafel

kiti
stoel

kiti cha bembea
schommelstoel

armchair
fauteuil

kitabu

boek

blanketi

deken

mapambo

decoratie

kuni

brandhout

filamu

film

kifaa cha hi-fi

stereo-installatie

ufunguo

sleutel

gazeti

krant

uchoraji

schilderij

bango

poster

redio

radio

daftari

notitieboekje

kifyonza

stofzuiger

dungusi kakati

cactus

mshumaa

kaars

jikoni
keuken

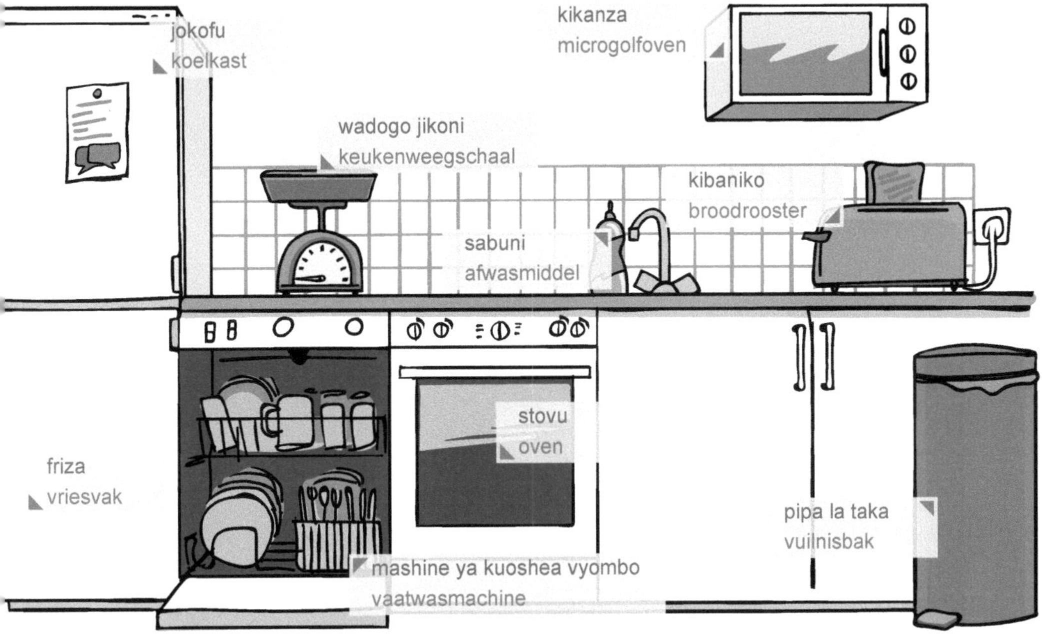
jokofu
koelkast
kikanza
microgolfoven
wadogo jikoni
keukenweegschaal
kibaniko
broodrooster
sabuni
afwasmiddel
stovu
oven
friza
vriesvak
pipa la taka
vuilnisbak
mashine ya kuoshea vyombo
vaatwasmachine

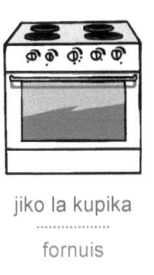

jiko la kupika

fornuis

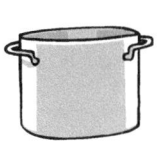

chungu

pot

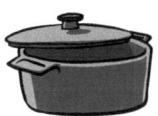

sufuria ya chuma

gietijzeren pot

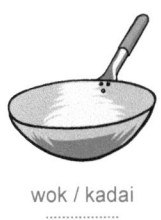

wok / kadai

wok / kadai

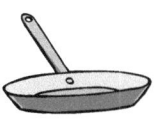

kaango

pan

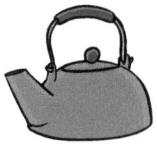

birika

waterkoker

stima

stoomkoker

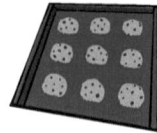

sinia ya kuoka

bakplaat

vyombo vya udongo

servies

kombe

mok

bakuli

kom

vijiti vya kulia

eetstokjes

ukawa

pollepel

mwiko mpana

spatel

burashi

garde

kichujio

vergiet

chujio

zeef

mbuzi

rasp

chokaa

mortier

barbeque

barbecue

moto wazi

haardvuur

ubao wa majaribio

snijplank

kijiti cha kusukuma unga

deegrol

kizibuo

kurkentrekker

kopo

blik

inaweza kopo

blikopener

kishikio cha chungu

pannenlap

karo

gootsteen

brashi

borstel

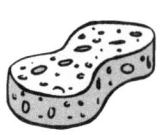

sifongo

spons

kisagaji matunda

blender

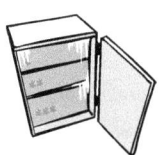

friji ya kina

vriezer

chupa ya mtoto

papfles

bomba

kraan

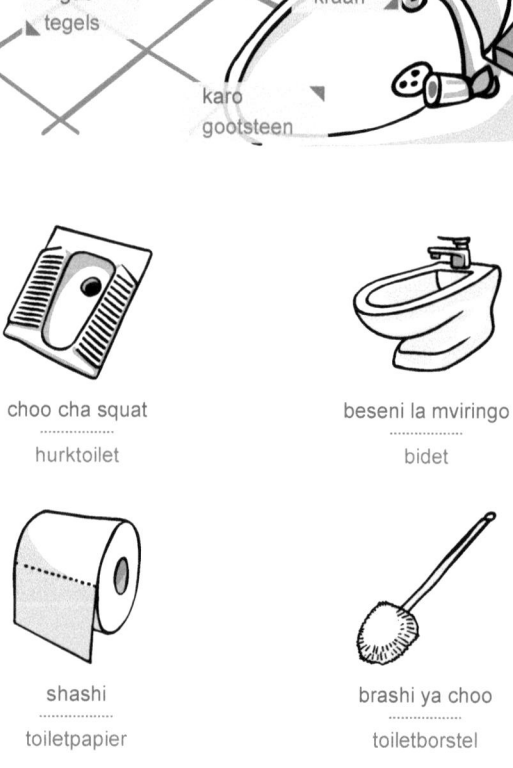

bafu
badkamer

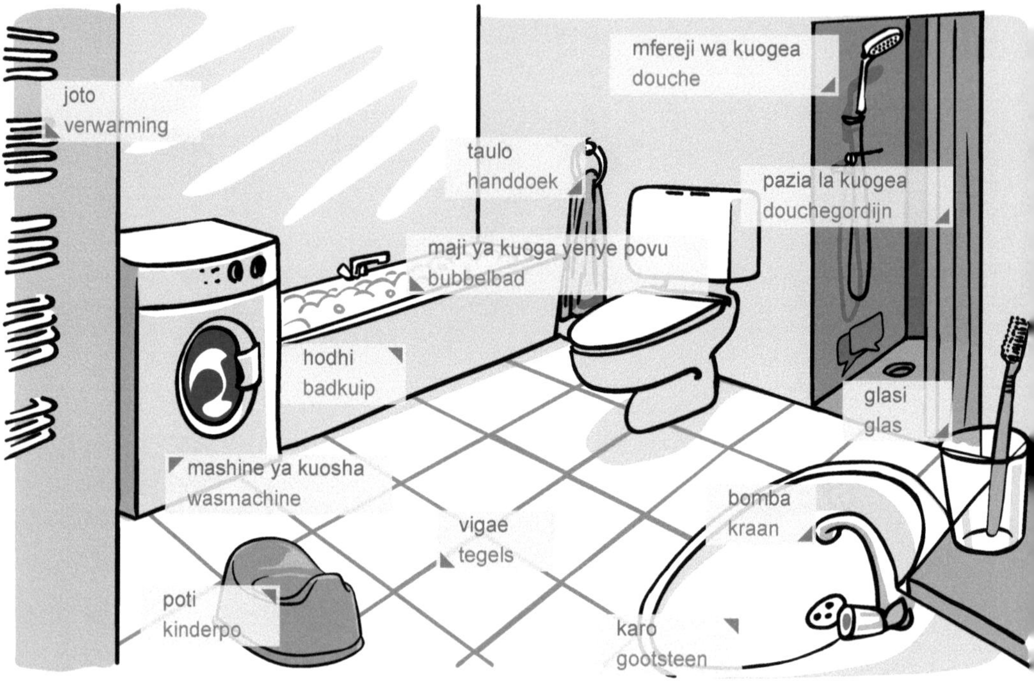

mfereji wa kuogea
douche
joto
verwarming
taulo
handdoek
pazia la kuogea
douchegordijn
maji ya kuoga yenye povu
bubbelbad
hodhi
badkuip
glasi
glas
mashine ya kuosha
wasmachine
bomba
kraan
vigae
tegels
poti
kinderpo
karo
gootsteen

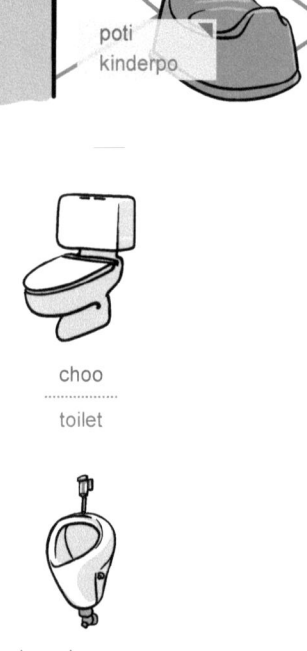

choo

toilet

choo cha squat

hurktoilet

beseni la mviringo

bidet

choo cha umma

urinoir

shashi

toiletpapier

brashi ya choo

toiletborstel

mswaki

tandenborstel

dawa ya meno

tandpasta

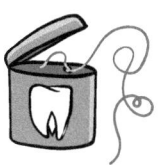

dawa ya meno

flosdraad

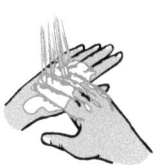

safisha

wassen

kuoga mkono

handdouche

msukumo wa maji

bidethanddouche

bonde

waskom

mpako wa pili

rugborstel

sabuni

zeep

jeli ya kuogea

douchegel

shampuu

shampoo

flana

washandje

toa maji

afvoer

krimu

crème

kiondoa harufu

deodorant

kioo
spiegel

kioo mkono
handspiegel

kinyozi
scheermes

povu la kunyoa
scheerschuim

baada ya kunyoa
aftershave

kichana
kam

brashi
borstel

kikausha nywele
haardroger

marashi ya nyewele
haarlak

vipodozi
make-up

kidomwa
lippenstift

varnish ya msumari
nagellak

pamba
watten

mkasi wa kucha
nagelknipper

manukato
parfum

mkoba wa kuosha

toilettas

kinyesi

kruk

mizani

weegschaal

nguo ya kuoga

badjas

glavu za mpira

latex handschoenen

kisodo

tampon

sodo

maandverband

kemikali choo

chemisch toilet

chumba ya mtoto
kinderkamer

saa ya kengele
wekker
kidoli cha kupakata
knuffel
gari bandia
speelgoedauto
kelele
rammelaar
chumba cha midoli
poppenhuis
sasa
geschenk

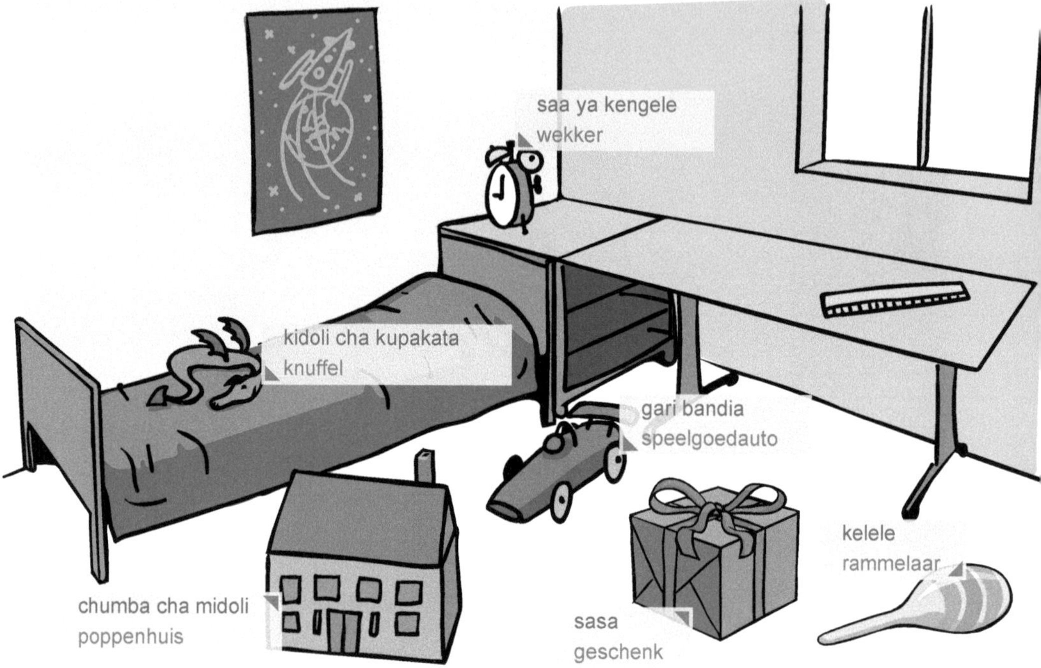

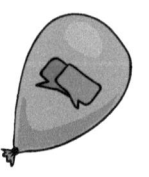

baluni

ballon

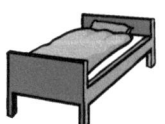

kitanda

bed

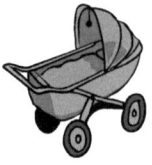

mashua

kinderwagen

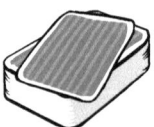

staha ya kadi

spel kaarten

mchezo-fumb

puzzel

SUPER
MEGA

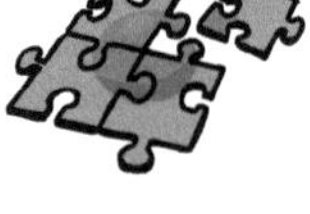

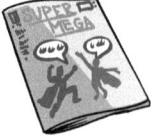

vichekesho

stripboek

matofali lego

legoblokjes

vitalu mwigo

blokken

hatua takwimu

actiefiguur

suti ya kulalia

kruippakje

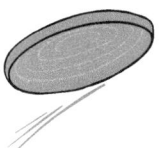

kisahani

frisbee

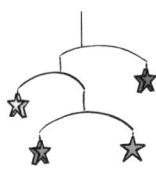

simu

mobiel

ubao wa michezo

bordspel

kete

dobbelsteen

garimoshi mwigo

modelspoorweg

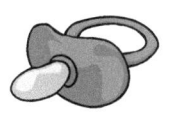

dummy

fopspeen

chama

feest

picha kitabu

prentenboek

mpira

bal

kikaragosi

pop

kucheza

spelen

shimo la mchanga

zandbak

bembea

schommel

vitu bandia

speelgoed

kiweko cha video ya mchezo

spelconsole

baiskeli ya magurudumu

driewieler

matatu

mwanasesere

knuffelbeer

kabati

kleerkast

nguo

kleding

soksi

sokken

stokingi

kousen

kibano

maillot

skafu
sjaal

mwavuli
paraplu

fulana
T-shirt

ukanda
riem

ndara
slippers

viatu
laarzen

wakufunzi
sneakers

malapa
sandalen

viatu
schoenen

mabuti ya mpira
rubberlaarzen

suruali ya ndani
onderbroek

sidiria
beha

fulana
onderhemd

mwili

lichaam

suruali

broek

dangirizi

jeans

sketi

rok

blauzi

blouse

shati

hemd

vuta

trui

sweta

capuchontrui

bleza

blazer

jaketi

jas

koti

jas

koti la mvua

regenjas

maleba

kostuum

gauni

jurk

mavazi ya harusi

trouwjurk

suti

pak

vazi la usiku

nachthemd

pajama

pyjama

sari

sari

skafu

hoofddoek

kilemba

tulband

burka

boerka

kaftan

kaftan

abaya

abaya

vazi la kuogelea

badpak

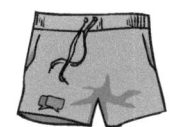

vazi la kiume la kuogelea

zwembroek

kaptura

short

teitei

trainingspak

aproni

schort

glavu

handschoenen

nguo - kleding

kifungo

knoop

glasi

bril

bangili

armband

mkufu

ketting

pete

ring

herini

oorbel

kofia

pet

kiango cha koti

kapstok

kofia

hoed

tai

das

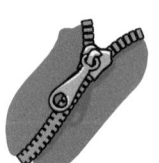

zipu

rits

kofia

helm

kanda za suruali

bretellen

sare za shule

schooluniform

sare

uniform

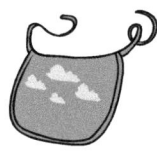

bibu

slabbetje

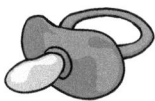

dummy

fopspeen

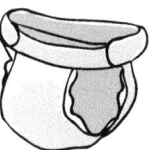

nepi

luier

ofisi

kantoor

seva
server
kabati la kuweka faili
dossierkast
kichapishaji
printer
karatasi
papier
kiwambo
monitor
kipanya
muis
dawati
bureau
folda
map
kibodi
toestenbord
pu cha kuweka karatasi chafu
iermand
kiti
stoel
kompyuta
computer

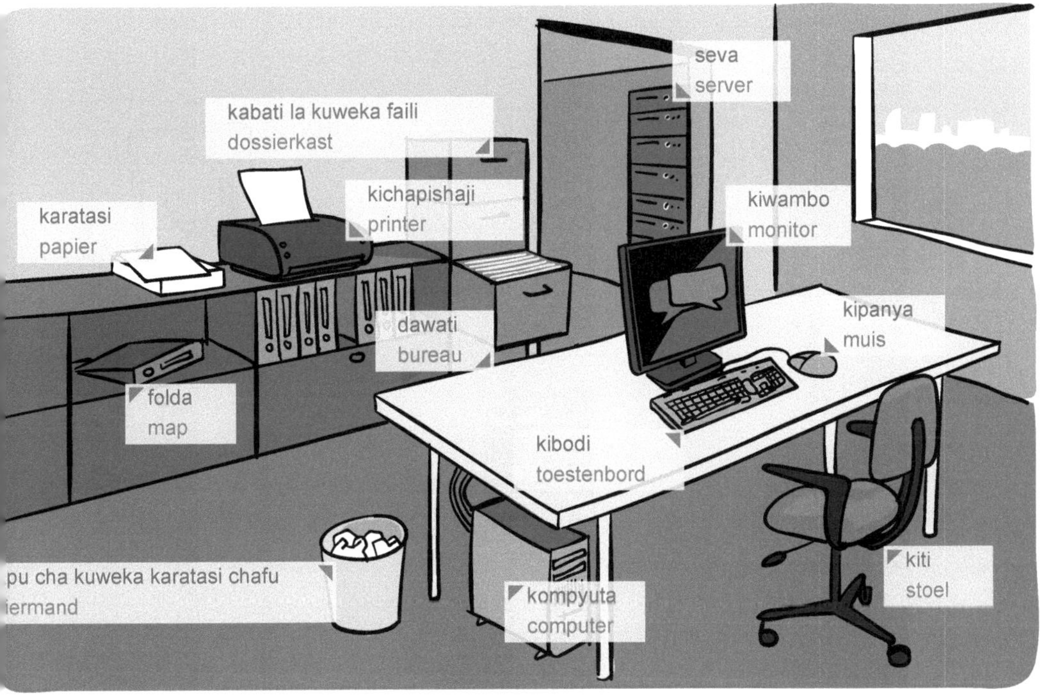

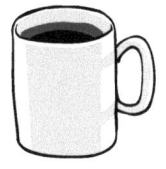

kmobe la kahawa

koffiemok

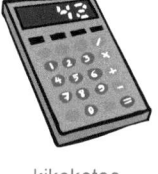

kikokotoo

rekenmachine

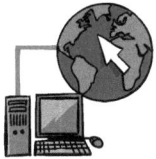

biashara

internet

mbali

laptop

barua

brief

ujumbe

bericht

rununu

gsm

intaneti

netwerk

fotokopia

kopieerapparaat

programu

software

simu

telefoon

soketi

stopcontact

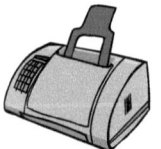

kipepesi

fax

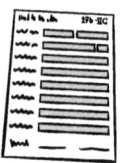

fomu

formulier

hati

document

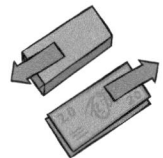

kununua
kopen

kulipa
betalen

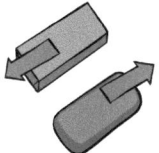

biashara
handelen

fedha
geld

dola
dollar

yuro
euro

yeni
yen

rouble
roebel

faranga ya Uswisi
Zwitserse frank

renminbi yuan
Chinese renminbi

rupia
roepie

eneo la kulipia
geldautomaat

ofisi ya ubadilishanaji

wisselkantoor

dhahabu

goud

fedha

zilver

mafuta

olie

nishati

energie

bei

prijs

mkataba

contract

kodi

belasting

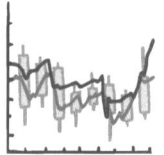

bidhaa

aandeel

kazi

werken

mfanyakazi

werknemer

mwajiri

werkgever

kiwanda

fabriek

duka

winkel

kazi
beroepen

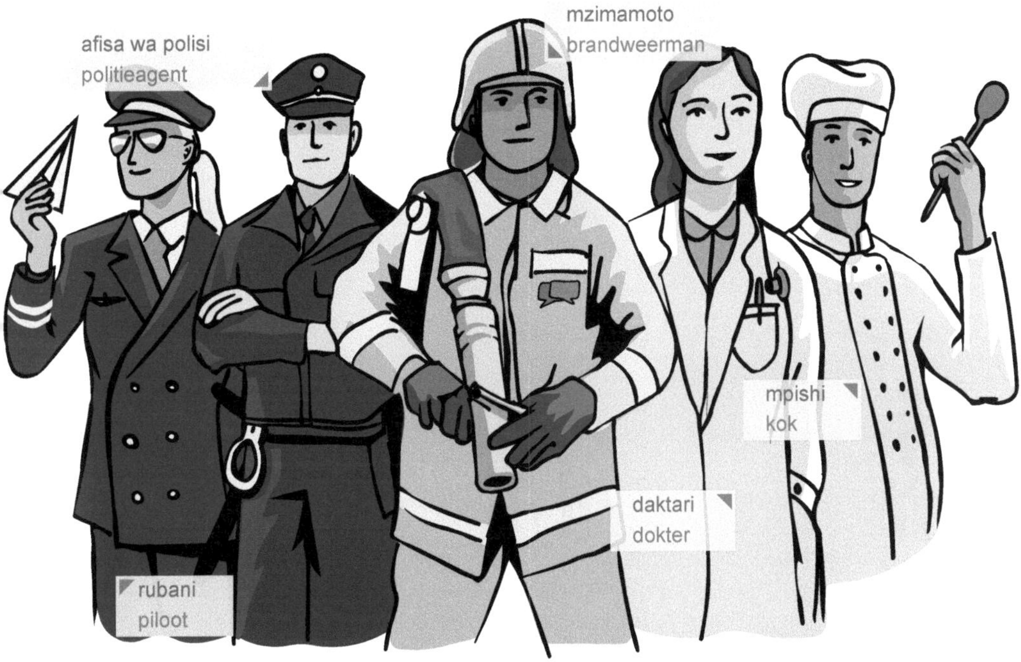

afisa wa polisi
politieagent
mzimamoto
brandweerman
mpishi
kok
daktari
dokter
rubani
piloot

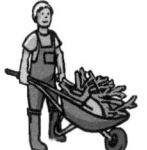

mtunza bustani

tuinman

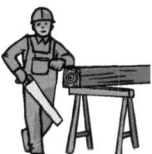

seremala

timmerman

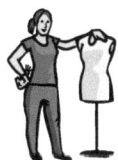

mshonaji

naaister

hakimu

rechter

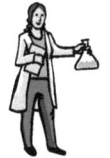

mwanakemia

chemicus

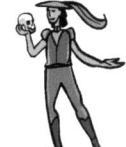

muigizaji

acteur

dereva wa basi

buschauffeur

dereva wa teksi

taxichauffeur

mvuvi

visser

mwanamke wa kusafisha

schoonmaakster

mwezekaji

dakdekker

mhudumu

ober

mwindaji

jager

mchoraji

schilder

mwokaji

bakker

umeme

elektricien

mjenzi

bouwvakker

mhandisi

ingenieur

mchinjaji

slager

fundi bomba

loodgieter

mwanaposta

postbode

mwanajeshi

soldaat

msanifu majengo

architect

keshia

kassier

muuza maua

bloemist

msusi

kapper

kondakta

conducteur

mekanika

mecanicien

nahodha

kapitein

daktari wa meno

tandarts

mwanasayansi

wetenschapper

rabbi

rabbijn

imamu

imam

mtawa

monnik

kasisi

geestelijke

zana
werktuigen

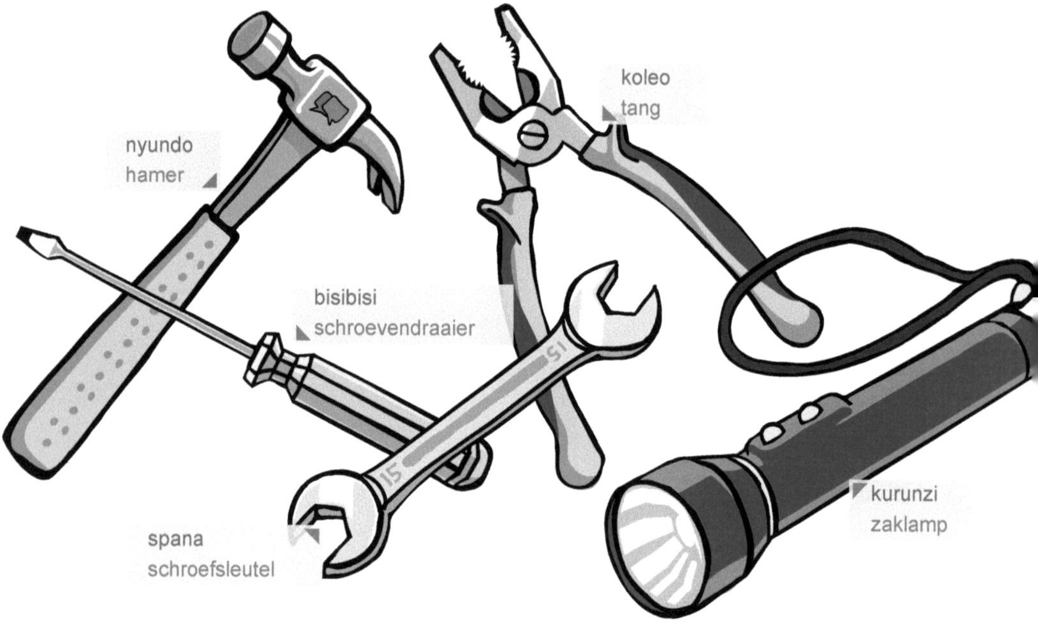
nyundo
hamer
koleo
tang
bisibisi
schroevendraaier
spana
schroefsleutel
kurunzi
zaklamp

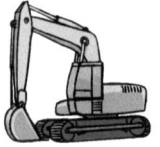

mchimbaji

graafmachine

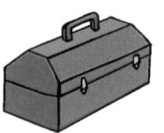

sanduku la vifaa

gereedschapskoffer

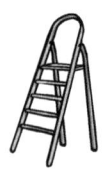

ngazi

ladder

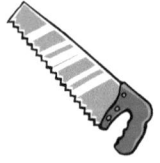

msumeno

zaag

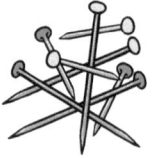

misumari

spijkers

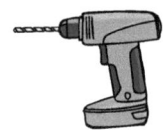

kuchimba visima

boormachine

kukarabati
....
repareren

sepetu
....
schop

Lo!
....
Verdomme!

kishikio cha uchafu
....
blik

chungu cha rangi
....
verfpot

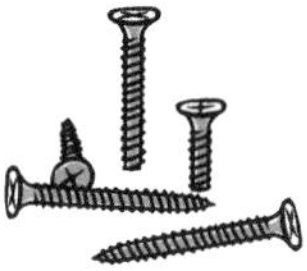

skurubu
....
schroeven

ala za muziki

muziekinstrumenten

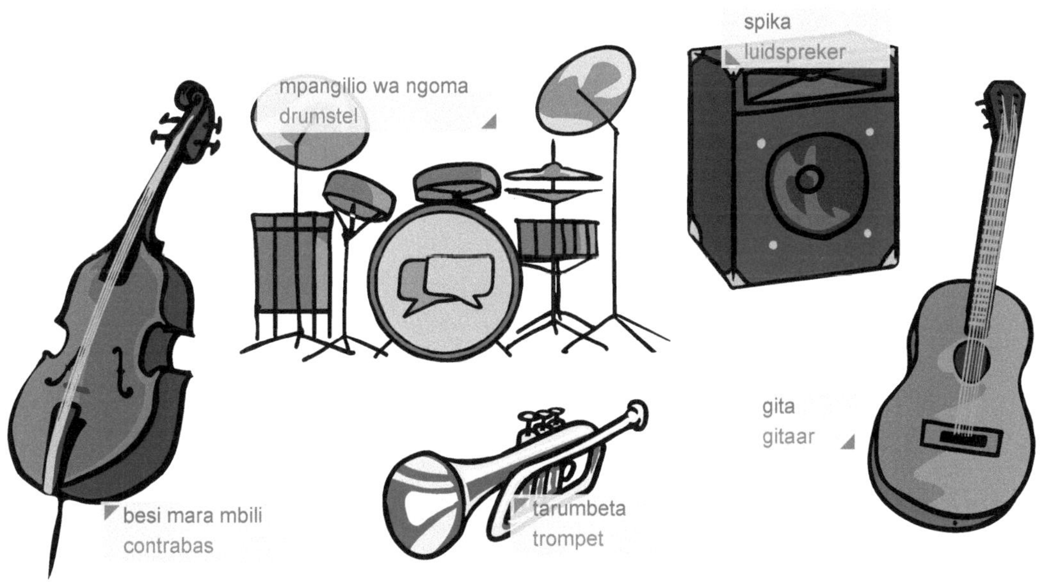

mpangilio wa ngoma
drumstel

spika
luidspreker

gita
gitaar

besi mara mbili
contrabas

tarumbeta
trompet

piano
piano

fidla
viool

ubeji
basgitaar

timpani
pauk

ngoma
trommels

kibodi
keyboard

saksafoni
saxofoon

filimbi
fluit

maikrofoni
microfoon

bustani ya wanyama

zoo

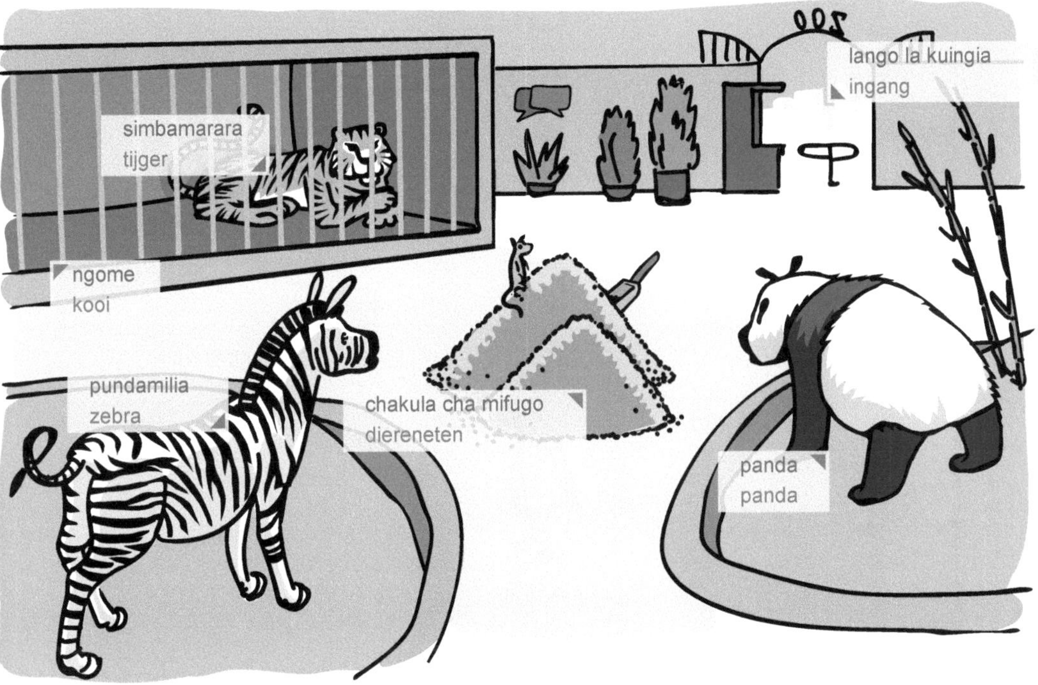

lango la kuingia
ingang
simbamarara
tijger
ngome
kooi
pundamilia
zebra
chakula cha mifugo
diereneten
panda
panda

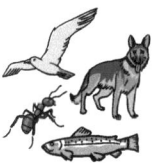

wanyama

dieren

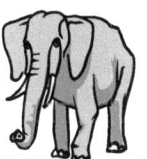

tembo

olifant

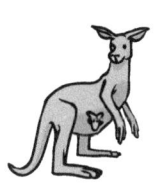

kangaruu

kangoeroe

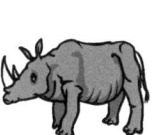

kifaru

neushoorn

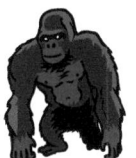

sokwe

gorilla

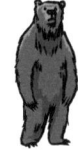

dubu

beer

ngamia

kameel

mbuni

struisvogel

simba

leeuw

tumbili

aap

heroe

flamingo

kasuku

papegaai

dubu

ijsbeer

penguini

pinguïn

papa

haai

tausi

pauw

nyoka

slang

mamba

krokodil

mtunza wanyama

dierenverzorger

muhuri

zeehond

jaguar

jaguar

mwanafarasi

pony

chui

luipaard

kiboko

nijlpaard

twiga

giraffe

tai

adelaar

nguruwe mwitu

wild zwijn

samaki

vis

kobe

zeeschildpad

sili

walrus

mbweha

vos

paa

gazelle

soka ya marekani
rugby

uendeshaji baiskeli
wielrennen

tenisi
tennis

mpira wa kikapu
basketbal

kuogelea
zwemmen

ndondi
boksen

magongo ya barafuni
ijshockey

soka
voetbal

vinyoya
badminton

riadha
atletiek

mpira wa mikono
handbal

skii
skiën

polo
polo

shughuli
activiteiten

kuruka
springen
kumbatia
knuffelen
cheka
lachen
kutembea
wandelen
kuimba
zingen
ota ndoto
dromen
kuomba
bidden
busu
kussen

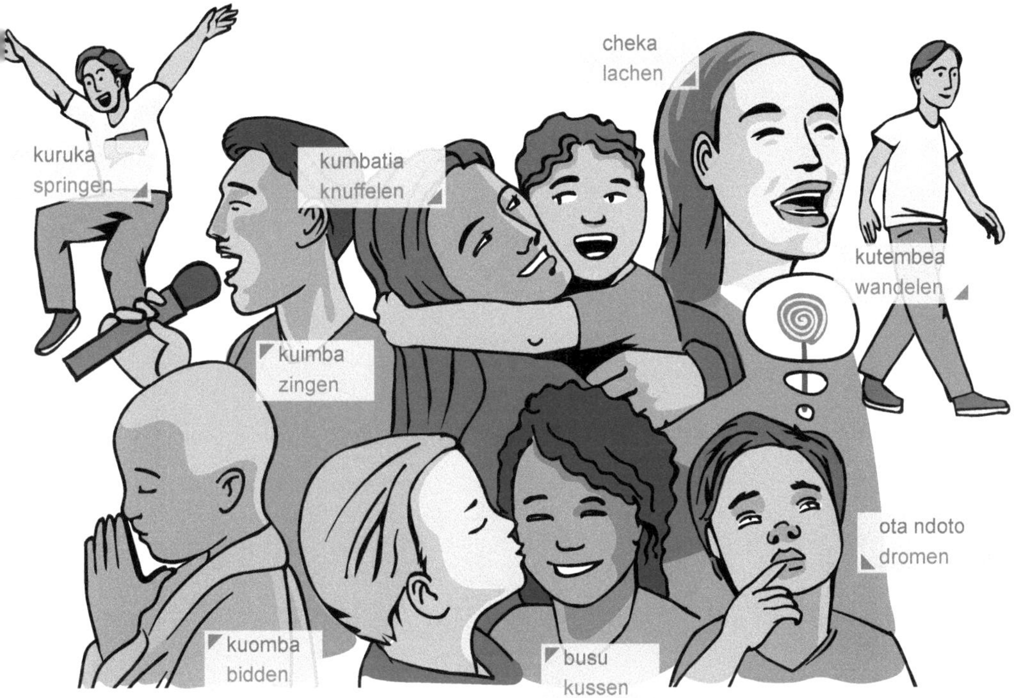

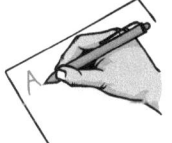

kuandika

schrijven

kuteka

tekenen

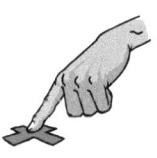

angalia

tonen

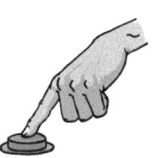

sukuma

duwen

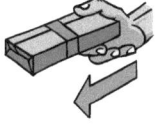

kutoa

geven

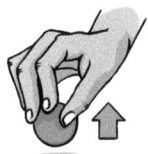

kuchukua

nemen

kuwa

hebben

fanya

doen

kuwa

zijn

kusimama

staan

kukimbia

lopen

vuta

trekken

kutupa

gooien

kuanguka

vallen

hadaa

liggen

kusubiri

wachten

kubeba

dragen

kukaa

zitten

vaa nguo

aankleden

usingizi

slapen

kuamka

ontwaken

kuangalia

kijken naar

lia

wenen

kiharusi

aaien

chana nywele

kammen

ongea

praten

kuelewa

begrijpen

kuuliza

vragen

kusikiliza

luisteren

kunywa

drinken

kula

eten

nadhifisha

opruimen

upendo

houden van

mpishi

koken

gari

rijden

kuruka

vliegen

meli

zeilen

kokotoa

rekenen

kusoma

Lezen

kujifunza

leren

kazi

werken

kuoa

trouwen

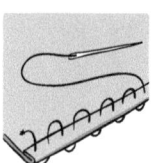

kushona

naaien

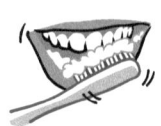

piga mswaki

tandenpoetsen

kuua

doden

moshi

roken

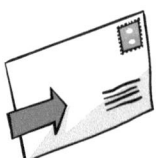

kutuma

sturen

bibi
grootmoeder

babu
grootvader

baba
vader

mama
moeder

mtoto
baby

binti
dochter

bin
zoon

mgeni

gast

shangazi

tante

mjomba

oom

kaka

broer

dada

zus

mwili

lichaam

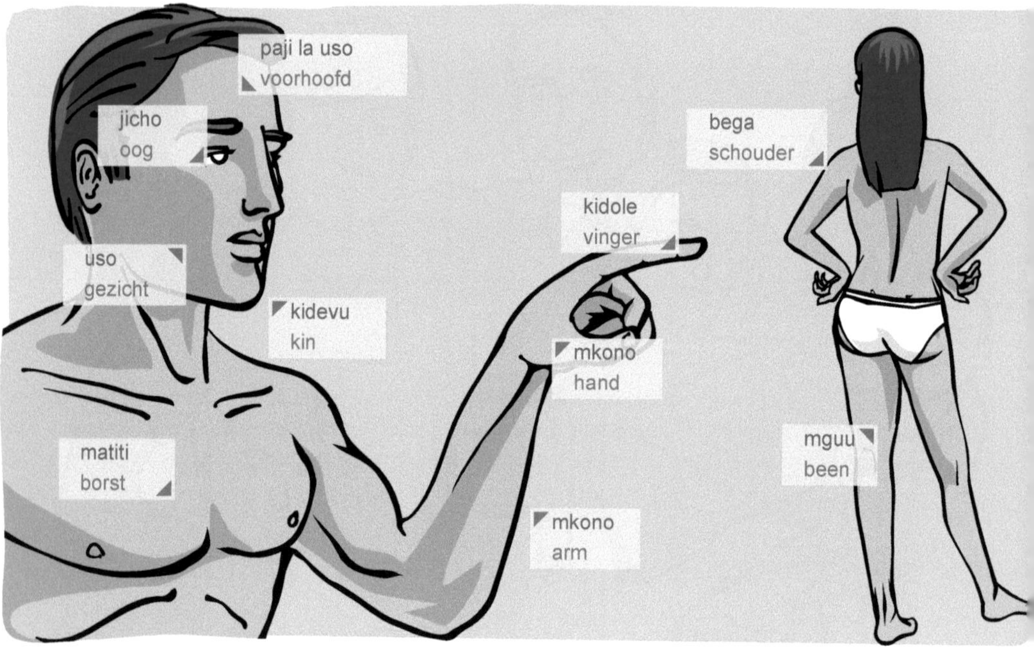

paji la uso
voorhoofd

jicho
oog

bega
schouder

kidole
vinger

uso
gezicht

kidevu
kin

mkono
hand

matiti
borst

mguu
been

mkono
arm

mtoto

baby

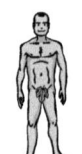

mwanamume

man

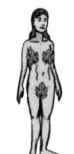

mwanamke

vrouw

msichana

meisje

mvulana

jongen

kichwa

hoofd

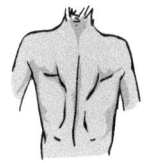

nyuma
rug

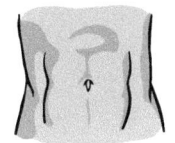

tumbo
buik

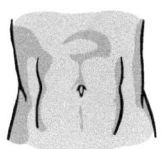

kitovu
navel

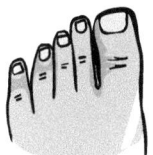

chano
teen

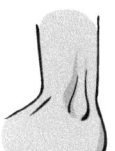

kisigino
hiel

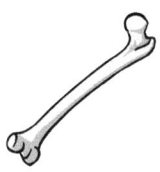

mfupa
bot

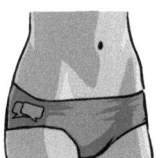

nyonga
heup

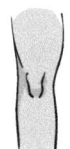

goti
knie

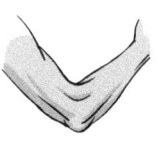

kiwiko
elleboog

pua
neus

chini
zitvlak

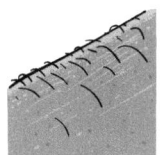

ngozi
huid

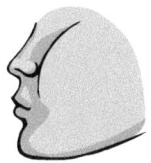

shavu
wang

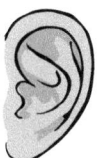

sikio
oor

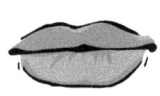

mdomo
lip

kinywa

mond

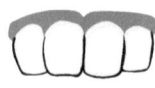

jino

tand

ulimi

tong

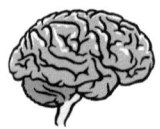

ubongo

hersenen

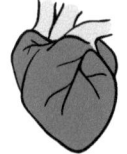

moyo

hart

misuli

spier

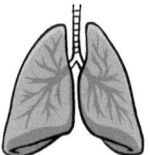

pafu

long

ini

lever

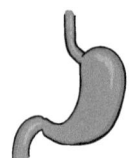

tumbo

maag

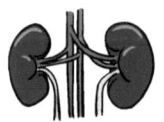

figo

nieren

jinsia

seks

kondomu

condoom

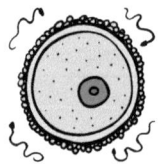

ovari

eicel

shahawa

sperma

mimba

zwangerschap

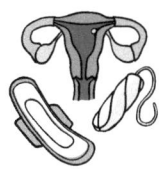

hedhi

menstruatie

uke

vagina

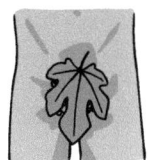

uume

penis

unyusi

wenkbrauw

nywele

haar

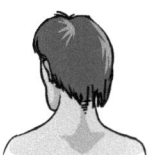

shingo

nek

hospitali
ziekenhuis

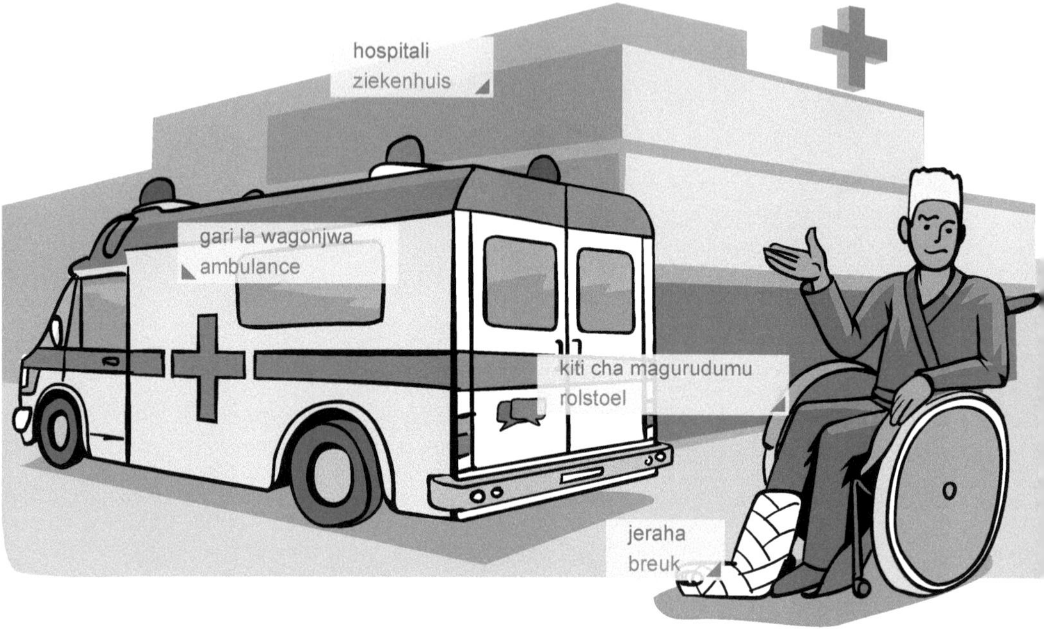

hospitali
ziekenhuis
gari la wagonjwa
ambulance
kiti cha magurudumu
rolstoel
jeraha
breuk

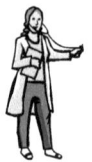

daktari

dokter

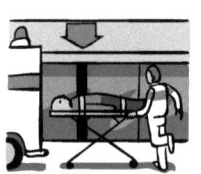

chumba cha dharura

spoed

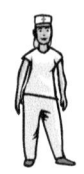

muuguzi

verpleegkundige

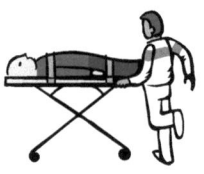

dharura

noodgeval

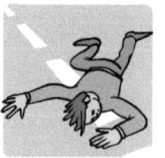

kupoteza fahamu

bewusteloos

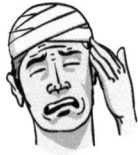

maumivu

pijn

kuumia

verwonding

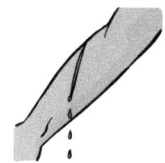

kutokwa na damu

bloeding

mshtuko wa moyo

hartaanval

kiharusi

beroerte

mzio

allergie

kikohozi

hoest

homa

koorts

mafua

griep

kuharisha

diarree

maumivu ya kichwa

hoofdpijn

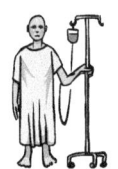

kansa

kanker

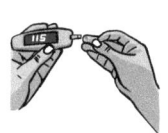

ugonjwa wa kisukari

diabetes

daktari mpasuaji

chirurg

kisu kidogo cha kupasulia

scalpel

operesheni

operatie

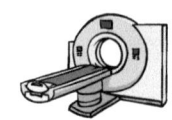

picha changanufu ya mwili

CT

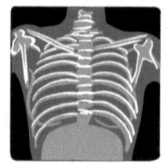

Eksrei

röntgenstraal

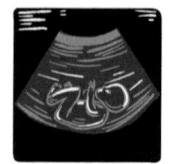

mawimbi sauti

ultrageluid

barakoa ya uso

gezichtsmasker

ugonjwa

ziekte

chumba cha kusubiri

wachtkamer

mkongojo

kruk

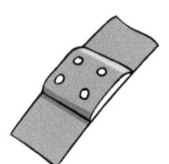

plasta

pleister

bendeji

verband

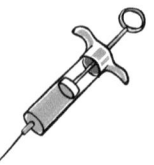

sindano

injectie

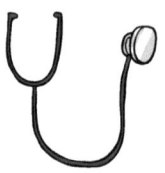

stetoskopu

stethoscoop

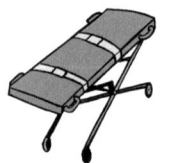

machela

brancard

kipimajoto cha kliniki

thermometer

kuzaliwa

geboorte

unene kupita kiasi

overgewicht

kusikia misaada

hoorapparaat

kipukusi

ontsmettingsmiddel

maambukizi

infectie

virusi

virus

VVU / UKIMWI

HIV / AIDS

dawa

medicijn

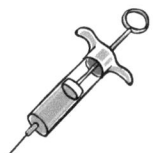

chanjo

vaccinatie

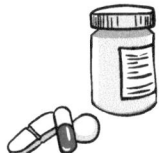

vidonge

tabletten

kidonge

pil

simu ya dharura

noodoproep

haemodainamometa

bloeddrukmeter

mgonjwa / mwenye afya

ziek / gezond

Msaada!

Help!

kengele

alarm

pigo

overval

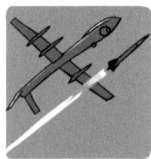

shambulizi

aanval

hatari

gevaar

lango la dharura

nooduitgang

Moto!

Brand!

kizima moto

brandblusser

ajali

ongeval

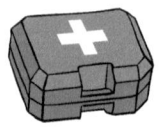

vifaa vya huduma ya
kwanza

EHBO-kit

wito wa msaada

SOS

polisi

politie

Ulaya

Europa

Amerika ya Kaskazini

Noord-Amerika

Amerika ya Kusini

Zuid-Amerika

Afrika

Afrika

Asia

Azië

Australia

Australië

Atlantiki

Atlantische Oceaan

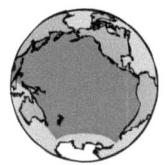

Pasifiki

Stille Oceaan

Bahari ya Hindi

Indische Oceaan

Bahari ya Antaktiki

Antarctische Oceaan

Bahari ya Aktiki

Arctische Oceaan

Ncha ya Kaskazini

Noordpool

Ncha ya Kusini

Zuidpool

Antaktika

Antarctica

dunia

aarde

nchi

land

bahari

zee

kisiwa

eiland

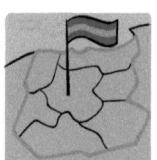

taifa

natie

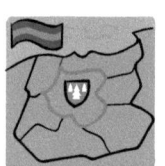

jimbo

staat

uso wa saa

wijzerplaat

akrabu ya saa

uurwijzer

akrabu ya dakika

minuutwijzer

akrabu ya sekunde

secondewijzer

Ni saa ngapi?

Hoe laat is het?

siku

dag

wakati

tijd

sasa

nu

saa ya dijitali

digitale horloge

dakika

minuut

saa

uur

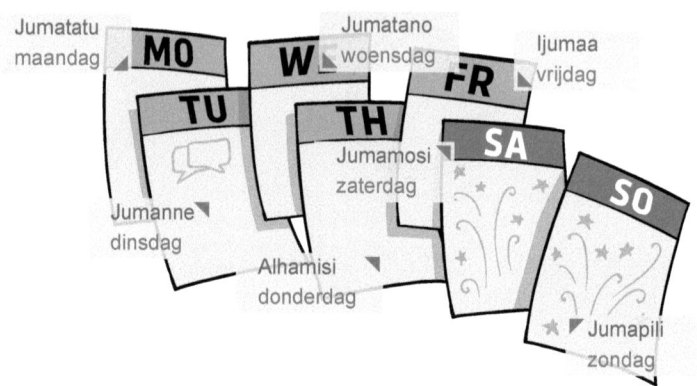

Jumatatu
maandag

Jumatano
woensdag

Ijumaa
vrijdag

Jumanne
dinsdag

Jumamosi
zaterdag

Alhamisi
donderdag

Jumapili
zondag

jana

gisteren

leo

vandaag

kesho

morgen

asubuhi

ochtend

saa sita mchana

middag

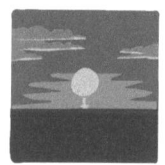

jioni

avond

siku za biashara

werkdagen

mwishoni mwa wiki

weekend

mwaka
jaar

mvua
regen
upinde wa mvua
regenboog
theluji
sneeuw
upepo
wind
majira ya machipuko
lente
vuli
herfst
kiangazi
zomer
majira ya baridi
winter

4.APRIL 11°
5.APRIL 4°
6.APRIL 13°
7.APRIL 8°
8.APRIL 10°

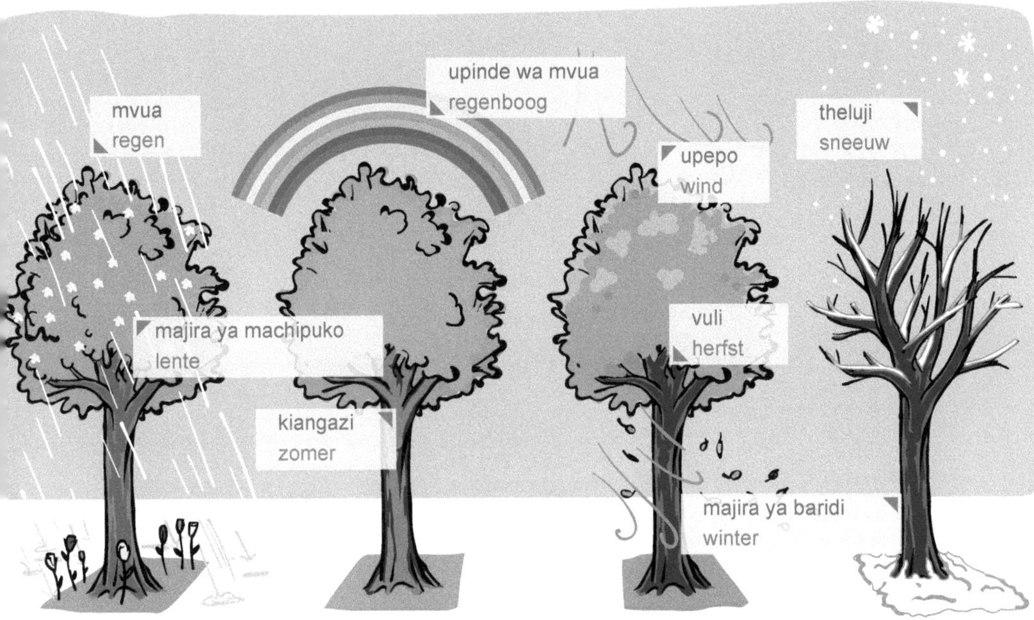

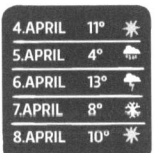

utabiri wa hali ya hewa

weervoorspelling

F C
120 90 60 30 0 -30
40 30 20 10 0 -10 -20

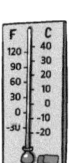

kipimajoto

thermometer

mwanga wa jua

zonneschijn

wingu

wolk

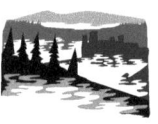

ukungu

mist

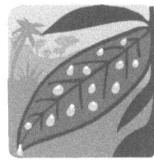

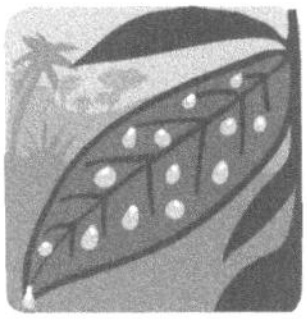

unyevu

vochtigheid

umeme

bliksem

radi

donder

dhoruba

storm

mvua ya mawe

hagel

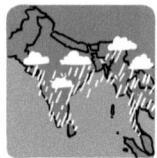

monsuni

moesson

mafuriko

overstroming

barafu

ijs

Januari

januari

Februari

februari

Machi

maart

Aprili

april

Mei

mei

Juni

juni

Julai

juli

Agosti

augustus

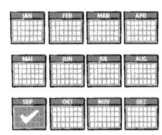

Septemba
....
september

Oktoba
....
oktober

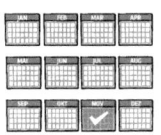

Novemba
....
november

Desemba
....
december

maumbo
vormen

mduara
....
cirkel

mraba
....
kwadraat

mstatili
....
rechthoek

pembetatu
....
driehoek

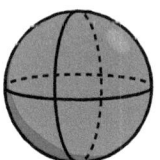

nyanja
....
bol

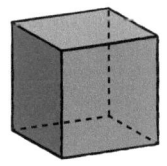

mchemraba
....
kubus

nyeupe

wit

manjano

geel

chungwa

oranje

rangi ya waridi

roze

nyekundu

rood

hudhurungi

paars

bluu

blauw

kijani

groen

hanja

bruin

jivujivu

grijs

nyeusi

zwart

mengi / kidogo

veel / weinig

hasira / pole

boos / kalm

nzuri / mbaya

mooi / lelijk

mwanzo / mwisho

begin / einde

kubwa / ndogo

groot / klein

angavu / giza

licht / donker

kaka / dada

broer / zus

safi / chafu

proper / vuil

kamilika / tokamilika

volledig / onvolledig

siku / usiku

dag / nacht

wafu / hai

dood / levend

pana / nyembamba

breed / smal

kulika / kutolika

eetbaar / oneetbaar

ovu / ema

kwaadaardig / vriendelijk

sisimkwa / udhika

opgewonden / verveeld

nene / nyembamba

dik / dun

kwanza / mwisho

eerst / laatst

rafiki / adui

vriend / vijand

jaa / tupu

vol / leeg

ngumu / laini

hard / zacht

nzito / nyepesi

zwaar / licht

njaa / kiu

honger / dorst

mgonjwa / mwenye afya

ziek / gezond

haramu / kisheria

illegaal / legaal

akili / kijinga

intelligent / dom

kushoto / kulia

links / rechts

karibu / mbali

dichtbij / veraf

mpya / kutumika

nieuw / gebruikt

kitu / jambo

niets / iets

zee / changa

oud / jong

waka / zima

aan / uit

wazi / fungwa

open / dicht

utulivu / kelele

stil / luid

tajiri / masikini

rijk / arm

sahihi / kosa

juist / fout

mbaya / laini

ruw / glad

huzunika / furahia

droevig / blij

fupi /ndefu

kort / lang

polepole / haraka

traag / snel

nyevu / kavu

nat / droog

joto / baridi

warm / koud

vita / amani

oorlog / vrede

0

sufuri

nul

1

moja

één

2

mbili

twee

3

tatu

drie

4

nne

vier

5

tano

vijf

6

sita

zes

7

saba

zeven

8

nane

acht

9

tisa

negen

10

kumi

tien

11

kumi na moja

elf

12

kumi na mbili

twaalf

13

kumi na tatu

dertien

14

kumi na nne

veertien

15

kumi na tano

vijftien

16

kumi na sita

zestien

17

kumi na saba

zeventien

18

kumi na nane

achtien

19

kumi na tisa

negentien

20

ishirini

twintig

100

mia

honderd

1.000

elfu

duizend

1.000.000

milioni

miljoen

Kiingereza

Engels

Kiingereza cha Marekani

Amerikaans Engels

Kimandarini cha Uchina

Chinees (Mandarijn)

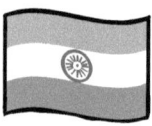

Kihindi

Hindi

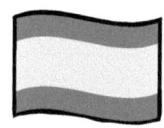

Kihispania

Spaans

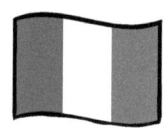

Kifaransa

Frans

Kiarabu

Arabisch

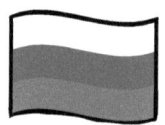

Kirusi

Russisch

Kireno

Portugees

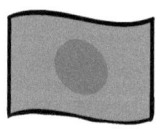

Kibengali

Bengali

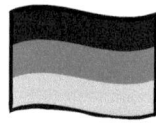

Kijerumani

Duits

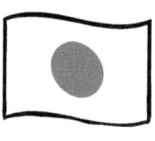

Kijapani

Japans

mimi

ik

wewe

u

yeye / yeye / ni

hij / zij / het

sisi

wij

wewe

u

wao

ze

nani?

wie?

nini?

wat?

jinsi gani?

hoe?

wapi?

waar?

lini?

wanneer?

jina

naam

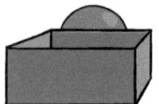

nyuma

achter

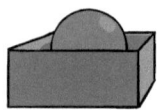

katika

in

mbele ya

voor

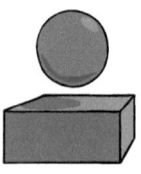

juu ya

boven

kwenye

op

chini ya

onder

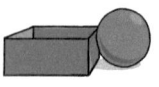

kando

naast

kati

tussen

mahali

plaats